இன்னொருமுறை
சந்திக்க வரும்போது

சுகுமாரன் கவிதை நூல்கள்

- ❖ கோடைகாலக் குறிப்புகள் (1985)
- ❖ பயணியின் சங்கீதங்கள் (1991)
- ❖ சிலைகளின் காலம் (2000)
- ❖ வாழ்நிலம் (2002)
- ❖ பூமியை வாசிக்கும் சிறுமி (2007)
- ❖ நீருக்குக் கதவுகள் இல்லை (2011)
- ❖ செவ்வாய்க்கு மறுநாள், ஆனால் புதன்கிழமை அல்ல (2019)
- ❖ சுகுமாரன் கவிதைகள் 1974–2019 (2020)

இன்னொருமுறை சந்திக்க வரும்போது

சுகுமாரன் (பி. 1957)

கோவையில் பிறந்தவர். அச்சிதழ், தொலைக்காட்சி, நூல் வெளியீட்டுத் துறைகளில் பணியாற்றியவர். கவிஞர், கட்டுரையாளர், நாவலாசிரியர், மொழிபெயர்ப்பாளர். காலச்சுவடு இதழின் பொறுப்பாசிரியர். கனடா தமிழ் இலக்கியத் தோட்டத்தின் வாழ்நாள் சாதனையாளருக்கான இயல் விருதை 2016இல் பெற்றார்.

தொடர்புக்கு: nsukumaran@gmail.com

அன்பார்ந்த வாசகருக்கு,

வணக்கம்.

காலச்சுவடு நூலை வாங்கியமைக்கு நன்றி.

நூலின் உள்ளடக்கம், உருவாக்கம், அட்டைப்படம் இன்ன பிற அம்சங்கள் பற்றிய உங்கள் கருத்துகளையும் ஆலோசனைகளையும் காலச்சுவடு வரவேற்கிறது. தகவல், எழுத்து, வாக்கியப் பிழைகள் தென்பட்டால் அவசியம் தெரிவித்து உதவுங்கள். நூல் தயாரிப்பில் கடும் குறைபாடு இருப்பின் மாற்றுப் பிரதி உங்களுக்குக் கிடைக்கக் காலச்சுவடு ஏற்பாடு செய்யும்.

மின்னஞ்சல்: **publisher@kalachuvadu.com**

காலச்சுவடு நாகர்கோவில் அலுவலகத்திற்குக் கடிதம் அனுப்பலாம்.

தங்கள்
எஸ்.ஆர். சுந்தரம் (கண்ணன்)
பதிப்பாளர் — நிர்வாக இயக்குநர்

Unauthorised use of the contents of this published book, whether in e-book or hardcopy format, for any type of Artificial Intelligence (AI) training — including but not limited to Machine Learning, Deep Learning, Natural Language Processing, Computer Vision, Chatbot Training, Image Recognition Systems, Recommendation Engines, and Language Models — is strictly prohibited without prior licensing from the publisher. Any such unauthorised use may result in legal action.

சுகுமாரன்

இன்னொருமுறை சந்திக்க வரும்போது

காலச்சுவடு பதிப்பகம்

இன்னொருமுறை சந்திக்க வரும்போது ♦ கவிதைகள் ♦ ஆசிரியர்: சுகுமாரன் ♦ © N. சுகுமாரன் ♦ முதல் பதிப்பு: பிப்ரவரி 2022, மூன்றாம் பதிப்பு: செப்டம்பர் 2025 ♦ வெளியீடு: காலச்சுவடு பப்ளிகேஷன்ஸ் (பி) லிட்., 669, கே.பி. சாலை, நாகர்கோவில் 629001

innorumuRai cantikka varumpootu ♦ Poem ♦ Author: Sukumaran ♦ © N. Sukumaran ♦ Language: Tamil ♦ First Edition: February 2022, Third Edition: September 2025 ♦ Size: Demy 1 x 8 ♦ Paper: 18.6 kg maplitho ♦ Pages: 80

Published by Kalachuvadu Publications Pvt. Ltd., 669, K.P. Road, Nagercoil 629001, India ♦ Phone: 91-4652-278525 ♦ e-mail: publications @kalachuvadu.com ♦ Printed at: Adyar Students xerox Pvt. Ltd., No. 275 Habibullah Road, Triplicane high Road, Opp Triplicane Post Office, Triplicane, Chennai 60000

ISBN: 978-93-5523-189-5

09/2025/S.No. 1071, kcp 5996, 18.6 (3) uss

நண்பர் பி. ரவிகுமாருக்கும்
அவரை முன்னிருத்தி
திருவனந்தபுரம் நகரத்துக்கும்

நன்றி

காலம் (கனடா), பேசும் புதிய சக்தி
அச்சிதழ்களுக்கும் ஓலைச்சுவடி, கனலி, ஆவநாழி
இணைய இதழ்களுக்கும்

பொருளடக்கம்

முன்னுரை: இருட்டின் ஒளி	15
1. நாம் இல்லாமற் போனால்...	19
2. கனம்	20
3. எப்போதும்	22
4. இந்த இரவு	23
5. தில்லி – அஜ்மீர்: 390 கி.மீ.	24
6. அந்த நாட்களில் ஒன்று	26
7. இருப்பு	27
8. பூமியின் மையம்	28
9. தற்கொலைக் குறிப்பு	29
10. வாராணசி கவிதைகள்	30
11. வாராணசி கவிதைகள்	32
12. வாராணசி கவிதைகள்	34
13. வாராணசி கவிதைகள்	36
14. கடைசி விருந்து	37
15. என்ன செய்கிறாய்?	38

16.	திரு. ருவான்ரேனின் காதலி	40
17.	லியான் ஹுவாவின் காதலர்	42
18.	போலத்தான் இருக்கிறது; எனினும் . . .	44
19.	அளவு	45
20.	ராமநாதனின் சஹானா	46
21.	நம்ப மாட்டீர்கள்	47
22.	எப்படி முடிவது?	48
23.	ஏழாவது முத்திரை	49
24.	அற்புத உலகம்	50
25.	அந்திமம்	51
26.	இன்னொருமுறை சந்திக்க வரும்போது	52
27.	விண்ணில் தெரியுது பூமி	53
28.	அணியில் திகழ்வது	54
29.	ஆன்ம விசாரம் – 2	55
30.	திரிபு	56
31.	மழை வெளியில்	57
32.	உன்னதப் பாட்டு	58
33.	Querdio senor Neruda	60
34.	நீங்காத எண்கள்	62
35.	நீர்ப்படுஉம் . . .	64
36.	காலவெளி	65
37.	எஞ்சிய கணம்	66
38.	இன்று பெய்யும் மழை	68

39.	நேர்காணல்	70
40.	வீடு பேறு	71
41.	திரை	72
42.	மனைமாட்சி	74
43.	முந்தைப் பழவினை	75
44.	நர்த்தகி	76
45.	மலையேற்றம்	78
46.	போதுமென்ற . . .	79

முழு இருட்டிலும் கவிதை காத்திருக்கிறது.
அது அங்கிருப்பது உனக்காகவே.

அப்பாஸ் கியரோஸ்தமி
(24 ஃப்ரேம்ஸ், 2017 திரைப்படத்தில்)

முன்னுரை

இருட்டின் ஒளி

உலகடங்கிய நாட்கள் தோற்றுவித்த மனநிலையில் எழுதப்பட்டவை இந்தத் தொகுப்பி லுள்ள கவிதைகள். வெறுமை ஏற்படுத்திய தோல்வியும் அதற்குப் பணியக் கூடாது என்ற வீறுமே கவிதையாக்கத்துக்குத் தூண்டுதல்களாக இருந்தன. கொடுந்துயரக் காலத்தின் முன்னால் கைபிசைந்து நிற்பதைத் தவிர ஒன்றும் செய்வதற் கில்லை என்று முடங்கிய நாட்கள் அவை. இதுவரை மகத்தானவையாக நம்பியிருந்த எவையும் எந்த அர்த்தமுமற்றவை என்ற ஏமாற்றமும் இந்த நாள்வரை பற்றிக்கொண்டிருந்த எந்த ஆதரவும் நிலையற்றது என்ற இழப்புணர்வும் திரும்பத் திரும்ப வதைத்தன. மனிதர்களுக்குச் சக மனிதர்களே தீண்டத்தகாதவர்களாகத் தென்பட்டனர். இன்னொரு மனிதனின் அணுக்கம் விரும்பத்தகாத ஒன்றாயிற்று. பிற மனிதர்கள் மரணத்தின் தூதர்களாகக் கருதப்பட்டனர். அறிந்தவர்களும் தெரிந்தவர்களு மான பலர் அடுத்தடுத்து மறைந்தனர். அவர்கள் மறைவு துயரத்துக்குப் பதிலாக ‘நாம் தப்பினோம்’ என்ற ஆபாச ஆறுதலை ஏற்படுத்தியது. மரணங்கள் திகைப்பூட்டின. பின்னர் கோமாளித்தனமாகப் பட்டன. எப்போதோ நிகழவிருக்கும் செயல் அடிக்கடி நிகழ்ந்து ஏளனத்துக்கு உரியதாகத் தோற்றமளித்தது. ஓர் அபத்த நாடகத்தில் தவிர்க்க இயலாத பாத்திரமாக அகப்பட்டுப் போன கழிவிரக்கம் சூழ்ந்துகொண்டது.

மனிதர்கள் இவ்வளவு மகத்தானவர்களா என்ற பெருமிதமும் எத்தனை சல்லித்தனமானவர்கள் என்ற அருவருப்பும் இந்த நாட்களில் ஒருங்கே எழுந்தன. அதற்கு முகாந்திரமான சம்பவங் களைக் காண நேர்ந்தது. அவற்றின் பொருளை உணரவும் நேர்ந்தது. இந்த இரு நிலை உணர்வுகளும் கவிதைகளில் தொனிக்கக் கூடும், பெருமிதம் அதிகமாகவும் அருவருப்பு குறைவாகவும். மனிதர்கள் மகத்தானவர்களே என்று பிடிவாதமாக நம்புகிறேன். ஒருவகையில் அதை உறுதிப்படுத்திக் கொள்ளத்தான் இந்தக் கவிதைகள். இருண்ட நாட்களைக் கடக்க இவைதாம் உதவின.

ஏறத்தாழ நான்கு பதிற்றாண்டுகளுக்கும் மேலாகக் கவிதைபால் தீராத மோகம் கொண்டவனாக இருந்து வருகிறேன். அதே அளவுக் காலம் கவிதை எழுதுபவனாகவும் இயங்கியிருக்கிறேன். குறிப்பாகக் கவிதையும் பொதுவாக இலக்கியமுமே எனது சாரம் என்று நம்புகிறேன். ஆனால் அந்த நம்பிக்கைமீது எப்போதும் மெல்லிய சந்தேக நிழல் படர்ந்தே இருந்தது. இலக்கியமோ கலையோ அந்தரங்கச் சிக்கல்களுக்கு விடையளிக்குமா என்ற ஐயம் தொடர்ந்து இருந்து வந்தது. உண்மையில் அந்தத் தத்தளிப்பு நிலைதான் தொடர்ந்து இலக்கியத்தில் செயல்படத் தூண்டுதலாகவும் இருக்கிறது. இந்த இருண்ட காலம் கவிதையையும் இலக்கியத்தையும் ஈடில்லாப் புகலிடமாகக் காட்டியது. அவற்றை ஆறுதலாகவும் ஊக்கமாகவும் நிறுவியது. இருட்டும் ஒரு வெளிச்சந்தான் என்ற அறிவை அளித்தது.

நீண்ட காலமாக எழுதி வந்தாலும் நான் சரளமான கவிஞன் அல்லன். மிக அரிதாகவே தொடர்ச்சியான கவிதையாக்கத்தில் ஈடுபட முடிந்திருக்கிறது. இந்தப் பிணிக்காலம் அதை மாற்றியது. ஒரே நாளில் குறைந்தது இரண்டும் அதிகமாக ஐந்தும் கவிதை களை எழுதச் செய்தது. எழுத்து வாழ்க்கையில் படைப்பூக்கம் கூடிய பருவங்களில் ஒன்றாக இருந்தது. கவிதையை எந்த அணியலங்காரமும் இல்லாமல் அதன் பிரசவக் கவிச்சை மாறாமல் ஏந்திக் கொண்டதும் இந்தப் பருவத்தில்தான். என்னுடைய சிந்தனைப் போக்குக்குக் கவிதையைப் பக்குவப்படுத்தாமல் கவிதையின் இயல்புக்கு என்னை முற்றிலுமாக ஒப்புக் கொடுத்ததும் இந்தத் தொகுப்பிலுள்ள ஆக்கங்களில்தான். இத்தனை காலமும் கைவசப்படுத்திக்கொள்ள விரும்பிய எளிமை ஓரளவு கைகூடியதும் இந்தக் கவிதைகளில்தான். என்னை நானே கடந்து செல்ல முயலும் அடையாளங்கள் இந்தக் கவிதைகளில் ஒருவேளை பதிந்திருக்கலாம்.

‘இன்னொரு முறை சந்திக்க வரும்போது’ என்னுடைய ஒன்பதாவது தொகுப்பு. இந்தத் தொகுப்பு உருவானது மிகவும் தற்செயலானது. கடந்த இரண்டு ஆண்டுக் காலத்தில் அவ்வப்போதாக எழுதிய கவிதைகளை சக ஊழியரான ஹெமிலாவுக்கு அனுப்பிக் கணினியில் சேமித்து வைக்குமாறு கேட்டுக்கொண்டேன். அவரும் சிரத்தையாகக் கோரிக்கையை நிறைவேற்றினார். கவிதைகளைத் தனிக் கோப்பில் பத்திரப்படுத்தினார். அந்தக் கோப்பைப் பார்த்த மற்றொரு சக ஊழியரான கலா முருகன் தொகுப்பாகக் கொண்டு வரலாம் என்று ஆலோசனை தெரிவித்தார். அவரது வற்புறுத்தல்தான் இந்தத் தொகுப்பின் உருவாக்கத்துக்குக் காரணம். ஐரின் ஜெனிபர் கவிதைகளை அச்சேற்றினார். அபுதாபி நண்பர் செல்வராஜ் ஜெகதீசன் மெய்ப்புப் பார்த்துக் கொடுத்தார். களந்தை பீர்முகம்மது பிழைதிருத்தினார். கே.என். செந்தில், செந்தூரன் இருவரும் கவிதைகளை வாசித்துக் கருத்துத் தெரிவித்தார்கள். வள்ளியூர் பெருமாள் முகப்பை உருவாக்கினார். கண்ணன் நூலை வெளியிட இசைந்தார். இவர்கள் அனைவருக்கும் மிக்க நன்றி.

கோயம்புத்தூர் **சுகுமாரன்**

2 ஜனவரி 2022

1. நாம் இல்லாமற் போனால் . . .

நாம் இல்லாமற் போனால்
நம் வீடு என்ன ஆகும்
நாம் இல்லாமற் போனால்
நம் தெரு என்ன ஆகும்
நாம் இல்லாமற் போனால்
நம் ஊர் என்ன ஆகும்
நாம் இல்லாமற் போனால்
நம் நாடு என்ன ஆகும்
நாம் இல்லாமற் போனால்
நம் உலகம் என்ன ஆகும்
நாம் இல்லாமற் போனால்
நமது பிரபஞ்சம் என்ன ஆகும்
நாம் இல்லாமற் போனால்
நாம் என்ன ஆவோம்?

○

2. கனம்

ஒரு கல் கிடக்கிறது

காட்சிக்கு எளியது
கைப்பிடிக்குள் அடங்குவது
கடினம் தோன்றாதது

கையில் எடுக்கிறேன்
பார்வை அளந்ததுபோலவே
கனம் அவ்வளவு இல்லாதது

காட்சி அலமாரியில் வைத்தால்
அழகுக்கு அர்த்தம் கூட்டும்
மேஜைப்பளுவாக வைத்தால்
தாள் பதற்றம் தணிக்கும்

கல்லை எடுத்ததற்குக்
காரணங்கள் கிடைத்ததும்
வீட்டுக்குக் கொண்டுபோகத் தீர்மானிக்கிறேன்

வலக்கையால் நினைவையும்
இடக்கையால் கனவையும்
இறுகப் பிடித்திருக்கிறேன்
கையறு நிலை

பிறகு
இருகையும் தளர்த்தி
இருகையால் எடுத்து
சும்மாதானே இருக்கிறது என்று
தலைமேல் சுமந்து
பிடிவிட்டவற்றை மீண்டும் பற்றி
நடக்கத் தொடங்குகிறேன்

சுகுமாரன்

பதில் கிடைக்காமல் விடப்பட்ட கேள்விபோல்
நீளும் நெடுவழியில் காண்கிறேன்
என்னைப் போலவே கல்சுமந்து நகரும் கூட்டம்
ஒவ்வொரு தலைக்கல்லுக்கும்
ஒவ்வொரு பருமன்

ஒருதலைமேல் சல்லி
ஒருதலைமேல் துண்டு
ஒருதலைமேல் பாறை
ஒருதலைமேல் குன்று

எல்லா வலக்கையிலும் நினைவு
எல்லா இடக்கையிலும் கனவு

என் தலைமறந்து
ஏளனமாய் யோசிக்கிறேன்
'கல் சுமக்கும் சிரத்தினர்
நாசி அரித்தால் என்ன செய்வர்?'

அக்கணமே ஞாபகம் வருகிறது

என் தலைக்கல்
இட்ட அடி ஒவ்வொன்றுக்கும்
ஒவ்வொரு அடியாக வளர்ந்து பருப்பதும்
வீட்டை அடையும் முன்பே
மலையாக மாறிவிடும் என்பதும்.

○

3. எப்போதும்

எழுத்து அதிர்ந்தது
இப்போதும் ஈரத்துடன் என்று

அசை முனகியது
இப்போதும் துடிப்புடன் என்று

சொல் ஒலித்தது
இப்போதும் உருவத்துடன் என்று

வாக்கியம் விளக்கியது
இப்போதும் பொருளுடன் என்று

கவிதை அறைகூவியது
எப்போதும் எப்போதும் இருக்கிறேன் என்று.

O

4. இந்த இரவு

மனிதப் புழக்கமற்ற இந்த இரவுக்குத்தான்
எத்தனை அமைதி

காற்றில் அசையும் தளிர்
மரத்தின்மீது சிறகுகுடையும் பறவை
நடைபழகும் பூனை
இருளை மெல்லும் சிள்வண்டு

எல்லாவற்றின்
ஓசையும் ஒலியும் அரவமும்
எத்தனை தெளிவு

என் உள் வெளி மூச்சுகளின் பேரோசைக்கு
எத்தனை துல்லியம்

தாங்க முடிவதில்லை
இந்த மௌனத்தின் அமைதியை

இதோ
இரவை நடுக்கிவரும் மரணத்தின்
ஓசையில்லாக் காலடிக்கு
எத்தனை இடிகளின் முழக்கம்

எனக்காக பூமியே
ஒரே ஒரு நொடிமட்டும்
அதிர்
உடை
பிள
ஓலமிடு

வீறிட்டழும் மழலையின்
அழுகுரலேனும் கேட்க உதவு

இந்த அமைதியின் மௌனத்தைத்
தாங்க முடியவில்லை.

○

5. தில்லி – அஜ்மீர்: 390 கி.மீ.

அவரவர் நிழலையே மரணம் தொற்றியிருக்கும்
இந்த நரக தினத்தில்
எங்கே போகிறாய், ஃபக்கீரா?

அஜ்மீருக்குப் போகிறேன், ஜனாப்.

இந்திரப்பிரஸ்தத்தை விடவும்
அஜ்மீர் பாதுகாப்பானதா, ஃபக்கீரா?

குடிப்பகைக் கொக்கரிப்பைக் காட்டிலும்
கருணையின் சிறு புன்னகை மேலானதே, ஜனாப்

எரிந்து எரிந்து கானல் எழும் நெடும்பாதையில்
எவ்வளவு தூரம் நடப்பாய், ஃபக்கீரா?

கைவிடலுக்கும் அரவணைப்புக்கும்
எவ்வளவோ அவ்வளவு தூரம், ஜனாப்

வழியுணவு கிடைக்காமல் போனால்
உடல் உயிரைத் தின்னுமே, ஃபக்கீரா?

கனிமரங்கள் பட்டுப்போகவோ
பூமிச்சுரப்பு வற்றிப்போகவோ இல்லை, ஜனாப்

தனித்து நடந்தால்
தளர்ந்து தள்ளாடி விழுவாயே, ஃபக்கீரா?

தனித்து வந்து தனித்தே செல்பவர்
தனிமையின் சாரத்தைக் கண்டவரல்லவா, ஜனாப்.

பற்பல இரவுகள் பற்பல பகல்கள்
பார்வையில் இடறுமே, ஃபக்கீரா?

பகலிரவு பேதம் கண்களுக்கே அன்றிக்
கால்கள் அறிவதே மறையாத வெளிச்சம், ஜனாப்.

எப்போது அஜ்மீரை அடைவாய்
என் அருமை ஃபக்கீரா?

நல்ல நாட்களில் அது மூன்று தப்படியில் இருந்தது
தீவினைப் பருவத்தில் அது தீராத் தொலைவில் இருக்கிறது,
ஜனாப்

ஏன் உனது நடைவேகம் குறைகிறது
என் அருமை ஃபக்கீரா?

நான் முன்னோக்கி நடக்கும் அதே வேகத்தில்
அஜ்மீர் பின்னோக்கி விரைகிறது, ஜனாப்

நம்மை அஜ்மீர் நெருங்க
என்னதான் மார்க்கம், ஃபக்கீரா?

சொற்களை நாடாமல்
நம் இதயங்களால் பேசினால்
நாம் அஜ்மீரை அடைவோம், ஜனாப்.

O

இன்னொருமுறை சந்திக்க வரும்போது

6. அந்த நாட்களில் ஒன்று

நான் மிக மிக மகிழ்ந்த நாட்களில்
அதுவும் ஒன்று

கானகத்தின் அமர வாழ்வுக்குச்
சாவா நெல்லி பறிக்க மலையேறிய யானை
சறுக்கி விழுந்து காலைச் சிராய்த்துக்கொண்டது
பொந்திடை அணில் பதறி வந்து
பச்சிலைகளைக் கொறித்துப்போட்டது
நான் அதை விழுதாக அரைத்தேன்
அணில் காயத்துக்குப் பற்றுப்போட்டது

அப்போது
வானம் ஆதுரமாகப் புன்னகை செய்தது
நூற்றாண்டுக் கடம்பமரம் மலர்மாரி பெய்தது

மிக மிக மிக மகிழ்ச்சியாக
நானிருந்த நாட்களில் ஒன்று அது.

○

7. இருப்பு

என்ன இது
விந்தையா விபரீதமா?

பூங்காவில்
ஸீசா பலகையின் இருமுனைகளிலும்
நானே அமர்ந்து ஆடுகிறேன்

தராசின் இருதட்டுகளிலும்
நானே நிரம்பி எடைபோடுகிறேன்

வான்நோக்கி நீளும் முடிவற்ற ஏணியை
நானே அசங்காமல் பிடித்து ஏறுகிறேன்

எதிர்வெள்ளத்தில்
நானே படகாகவும் துடுப்பாகவும் நதியோடுகிறேன்

மயானத்தில்
எரியுண்ணும் உடலாகவும்
தணலில் வேகாத நிழலாகவும்
நானே காத்துக்கிடக்கிறேன்

எந்த அங்கமும் எந்த லட்சணமும் இல்லாத
உடலாக இருக்கிறேன்
திருத்தமான உறுப்புகளும் துல்லியமான அடையாளமும்
சர்வ லட்சணங்களுமாக இருக்கிறது என் நிழல்

என்ன விந்தை
என்ன விபரீதம்.

○

8. பூமியின் மையம்

பேரிடி
வகிர்மின்னல்
பெருமழை
பேய்க்காற்று

வீட்டுக்குள் இருந்தோம் அந்நேரம்
மின்னி இடித்து
வான்சரிந்த ஒவ்வொரு முறையும்
செவிபொத்திக்கொண்டு கேட்டாள் பிரேமா
நம் வீட்டைச் சுற்றியே
ஏன் எல்லாம் நடக்கிறது?'

'பூமியின் மையமே
அவரவர் வீடுதான்' என்றேன்

○

சுகுமாரன்

9. தற்கொலைக் குறிப்பு

தற்கொலைக்கு
எத்தனை காரணங்கள் உண்டோ
அத்தனை வழிகளும் உண்டு.

ஒரு காரணத்துக்கு
நூறுநூறு வழிகள் இருப்பதைப்போலவே
ஒரு வழிக்கும்
நூறுநூறு காரணங்கள் இருக்கின்றன.

தற்கொலை
விருப்பத்தின் விளைவு அல்ல
விளைவின் விருப்பம்
எவரும் தற்கொலை செய்துகொள்வது
விருப்பத்தால் அல்ல
விரும்ப முடியாத விளைவால்.

தற்கொலையின் வழி
நாம் நினைப்பதுபோல நேரானதல்ல
மத்தி மீன்முள்ளைப்போல ஊடுகிளைகள் கொண்டது
தற்கொலையின் நிச்சய முனையை அடைவதற்குள்
ஏதேனும் கிளைவழியே
வெளியேற உந்தித்தள்ளும் கருணைகொண்டது
நாம் ஒவ்வொருவரும் ஒவ்வொரு கிளைவழியாகப்
பயணத்தைப் பாதியில் கைவிட்டுத் திரும்பியவர்கள்தாம்
கிளையைக் கவனியாதவர்களே உயிரைத் தொலைக்கிறார்கள்.

நேற்று உயிரைத் தொலைத்தவர்
இறுதிக் கடிதத்தில் இப்படி எழுதியிருந்தார்:
'சாவைப் பகடிசெய்யும் வாழ்வின் சாகசமே தற்கொலை.'

○

10. வாராணசி கவிதைகள்

காலம்

இங்கே
காலம் மூன்றல்ல; ஒன்றே ஒன்று
காலங்களுக்கு அப்பாலான காலம்

இங்கே
இன்று பிறந்த இன்றும்
நாளை பிறக்கும் நாளையும்
பிறந்ததுமே
இறந்த காலத்துக்குள் ஒடுங்குகின்றன

இங்கே
அன்றாடம் உதிக்கும் சூரியன்
முதன்முதல் உதித்ததுபோலவே உதிக்கிறது
முதன்முதல் மறைந்ததுபோலவே மறைகிறது

இங்கே
காற்றில் எம்பும் புழுதிச்சுழலில்
யுகங்களுக்கு முன்பே மலர்ந்த பூவின்
மகரந்தம் மிஞ்சியிருக்கிறது.

இங்கே
ஒசிந்து பெய்யும் மழையில்
முதலாவது மேகத்தின்
உலராத ஈரம் தேங்கியிருக்கிறது.

இங்கே
பிரபஞ்சத்தின் சுவாசத்தால் சிலிர்த்தோடும் நதியில்
ஆதி நாடோடியின்
உமிழ்நீர் ஊறிச் சுவைக்கிறது.

இங்கே
மரங்களிலிருந்து கேட்கும் பறவைக் குரல்களில்
மொழிக்கு முந்திய மௌனத்தின் வார்த்தைகள்
எழுத்துக் கூட்டி உச்சரிக்கப்படுகின்றன

இங்கே
குறுகிய சந்துகளில் பதியும் புதிய காலடிகளின்கீழ்
ஆயிரமாயிரம் அறியாச் சுவடுகள் புதைந்திருக்கின்றன

இங்கே
முதலாவது கங்குதான் கனன்று கனன்று
உயிரின் சுடராக அலைந்து அலைந்து இன்னும் எரிகிறது

இங்கே
வாழ்வின் வேட்கைக்கு மரணம் காவலிருக்கிறது
சாவின் கொள்ளிகளுக்கு இடையில்

வாழ்க்கை புன்னகைக்கிறது.
இங்கே
மனிதர்கள் வந்துபோவது
இன்றை விருந்தோம்பவோ
நாளையை வரவேற்கவோ அல்ல
இறந்த காலத்தில் புகலடைய

ஏனெனில்
வாரணசியில் காலம் ஒன்றே ஒன்று
காலங்களைக் கடந்த காலம்.

○

11. வாராணசி கவிதைகள்

உஸ்தாத்

கதவு எண் சி.கே. 46 / 62,
ஹராகா சராய், வாராணசி.

மேற்குறிப்பிட்ட முகவரி இல்லத்தில்
பிஸ்மில்லா கான் இல்லை
ஆனால்
அந்த வீட்டில்தான் அவரைப் பார்த்தேன்

குறுகிய வரவேற்பு அறை மூலையில்
அவருடைய காலணிகள் இல்லை
ஆனால்
தாளகதியுடன் நகரும் இரண்டு பாதங்களை
அந்த மூலை அருகில்தான் பார்த்தேன்

கூடத்தின் தரையில் செவ்வண்ண ஜமக்காளத்தின் மீது
அவர் உட்கார்ந்திருக்கவில்லை
ஆனால்
சுருதி பிடித்து மகா குரு ஸ்வரம் கற்பிப்பதை
ஜமக்காளத்தின் மறுமுனையில் அமர்ந்துதான் பார்த்தேன்

ளுஹர் தொழுகைக்கான பாங்கு ஒலித்தும்
அறைக்குள் அசைவில்லை
ஆனால்
இருகை உயர்த்தி இறைஞ்சும் குல்லா அணிந்த நிழல்
அந்த மேற்குச் சுவர்மேல் அசைவதைப் பார்த்தேன்.

காட்சிப் பேழைக்குள்
வரிசையாக மௌனித்திருந்த குறுங்குழல்கள்
அப்போது உயிர்பெற்று விம்முவதைக் கேட்டேன்

விழிபனிக்க நிலத்தில் மண்டியிட்டு வணங்கி நிமிர்ந்தேன்
ஒரு முதிய ஆள்காட்டி விரல்
கண்துளிர்ப்பைத் துடைப்பதைக்
கண்ணிமைக்காமல் பார்த்தேன்

அந்த விரலை முகர்ந்தபோது
பனாரசி பானின் வாசனையும்
கங்கையின் குளிர்ச்சியும்
மண்ணின் சொரசொரப்பும் இருந்தன.
வானத்தின் தழுதழுப்பும் இருந்தது.

12. வாராணசி கவிதைகள்

முக்தி

காசிக்கு வந்தால்
அதி விருப்பமானதை
இங்கேயே கைவிட்டுப் போவது மரபு.

மரபுக்கு அஞ்சி
ஒவ்வொருவரும்
ஒவ்வொன்றைக் கைவிட்டுப் போகிறார்கள்

சிலர் அம்மாக்களை
சிலர் பிள்ளைகளை
சிலர் மனைவிகளை
சிலர் கணவர்களை
சிலர் காதலிகளை
சிலர் அநாதைகளை
சிலர் ரட்சகர்களை

இவ்வாறு கைவிடப்பட்டவர்களால்
நகரம் நெரிபடுகிறது.

சிலர் ஆடுகளை
சிலர் மாடுகளை
சிலர் குதிரைகளை
சிலர் மயில்களை
சிலர் பன்றிகளை
சிலர் குரங்குகளை
சிலர் காகங்களை

இவ்வாறு கைவிடப்பட்டவையால்
தெருக்கள் முட்டிக்கொள்கின்றன.

சுகுமாரன்

சிலர் ஆடைகளை
சிலர் ஆசைகளை
சிலர் மலர்களை
சிலர் நம்பிக்கைகளை
சிலர் பிணங்களை
சிலர் சாம்பற்குடங்களை
சிலர் ஆவிகளை

இவ்வாறு கைவிடப்பட்டவற்றால்
படித்துறைகள் திணறுகின்றன

சிலர் ருசியை
சிலர் காட்சியை
சிலர் கேள்வியை
சிலர் மணத்தை
சிலர் தொடுகையை
சிலர் உணர்வை
சிலர் அறிவை

இவ்வாறு கைவிடப்பட்டவையால்
கங்கை விம்முகிறது

சிலர் கனவை
சிலர் நம்பிக்கையை
சிலர் காமத்தை
சிலர் மோகத்தை
சிலர் ஞாபகத்தை
சிலர் தேகத்தை
சிலர் ஆன்மாவை

இவ்வாறு கைவிடப்பட்டவற்றால்
விசுவநாதன் தடுமாறுகிறான்.

ஒவ்வொருவரும்
ஒவ்வொன்றைக் கைவிட்டுப் போகும்போது
காசியையும் கையோடு கொண்டு போகிறார்கள்.
ஒவ்வொருவரும்
ஒவ்வொருமுறையும்
காசியை நினைக்கும்போது
கைவிட்டவையும் கூடவே வராதா—?

இன்னொருமுறை சந்திக்க வரும்போது

13. வாராணசி கவிதைகள்

சுடர்கள்

பல்லாயிரம் கோடிக் கைகள் கற்பகோடிக் காலம்
தொட்டுத் தழுவி உயிரூட்டிய
நம்பிக்கைக் கல்லை நலம்விசாரித்து
ஆலய வாசலில் வந்து அமர்ந்தேன்.

ஒட்டி அமர இடங்கேட்டு முன்னால் நின்றவனுக்குப்
பனித்த சடை, பவளமேனியில் பால்நிறச் சாம்பல்,
குனித்த புருவம், கோணற்சிரிப்பு,
இடது பொற்பாதத்தில் பித்த வெடிப்பு.

உடல்நகர்த்தி உட்கார இடம் கொடுத்தேன்
கைவச உணவில் கொஞ்சம் கொடுத்தேன்
யுகப்பசியுடன் விழுங்கிய பின்பு
'மந்திர் மேம் மூர்த்தி; பாஹர் ஹை ஈஸ்வர்' என்று
ஊழி ஏப்பமிட்டுக் கனிவாகச் சிரித்தான்.

கங்கையில் மிதக்கவிடப்
பெண்கள் கொண்டுசெல்லும் அகல்களில்
அழியாச் சுடர்களைப் பார்த்தேன் அப்போது.

○

14. கடைசி விருந்து

'வரவிருக்கிறது கேட்டிராத கொடும் பஞ்சம்
வருமுன் காக்க'

சந்தை திரண்டு திணறியது
தேவைக்கும் தேவையின்மைக்குமாக
எல்லாரும்
வாங்கி வாங்கிச் சேர்த்துக் குவித்தார்கள்

உண்ண உடுக்க உல்லாசமாய்க் களிக்க
உதவுவனவெல்லாம்
சந்தை நீங்கி வீட்டில் அடங்கின

நானும் வாங்கிப்
பாதுகாக்கிறேன்

கருணையின் கூர்மிளிரும் வெட்டுக்கத்தியை
அன்பைக் கடைந்தெடுத்த கலப்படமில்லா நெய்யை
வாகாக ஒதுக்கும் கறாரான கரண்டியை...

எல்லாம் தீர்ந்து
எதுவும் கிடைக்காத நாளில்
சக மனிதர்களே
உங்களைச் சேதமில்லாமல் நறுக்கி
பக்குவமாக வதக்கி
கைபடாமல் எடுத்து விழுங்குவதற்காக...

O

15. என்ன செய்கிறாய்?

இந்த ஆற்றங்கரையில்
என்ன செய்துகொண்டிருக்கிறாய் நீ?

கற்றுக்கொண்டிருக்கிறேன்
ஆற்றிடமிருந்து மொழியைக் கற்றுக்கொண்டிருக்கிறேன்
தொல்பழம் ஊற்றிலிருந்து
எழுத்தெழுத்தாய்ச் சுரந்து சொற்களாகத் திரண்டு
பேச்சாக அலைந்து விரிந்து ஓடுகிறது.

அது
ஒரு மொழியில் ஓராயிரம் மொழிகளை உச்சரிக்கிறது.

ஆறு
எவ்வளவு இதமாகக் கற்றுக்கொடுக்கிறது.

இந்த மலைமுகட்டில்
என்ன செய்துகொண்டிருக்கிறாய் நீ?

கற்றுக்கொண்டிருக்கிறேன்
மலையின் சித்தத்தைக் கற்றுக்கொண்டிருக்கிறேன்.
கனற்கொள்ளியில் உருகாமல்
நிலவொளியில் கிறங்காமல்
கடும்மழையில் கரையாமல்
யுகத்துக்கொரு முழமாய் மௌனத்தில் வளர்கிறது.

அது
ஒரு சிகரத்தில் ஓராயிரம் வானத்தைத் தாங்குகிறது.

மலை
எவ்வளவு திடமாகக் கற்றுக்கொடுக்கிறது.

இந்தக் கானகத்தில்
என்ன செய்துகொண்டிருக்கிறாய் நீ?

கற்றுக்கொண்டிருக்கிறேன்
காட்டின் மனத்தைக் கற்றுக்கொண்டிருக்கிறேன்.
நூறுநூறு கருப்பைகளையும்
ஆயிரமாயிரம் முட்டைகளையும்
கோடானுகோடி விதைகளையும்
அடர்இருளில் அடக்கி விரிந்திருக்கிறது.

அது
உயிர்களுக்கும் தாவரங்களுக்கும் உள்ளே
லட்சோபலட்சம் இதயங்களை மறைத்திருக்கிறது.

காடு
எவ்வளவு ரகசியமாகக் கற்றுக்கொடுக்கிறது.

இந்தக்
கடல்தீரத்தில் என்ன செய்துகொண்டிருக்கிறாய் நீ?

கற்றுக்கொண்டிருக்கிறேன்
கடலின் ஆழத்தைக் கற்றுக்கொண்டிருக்கிறேன்.

சிப்பிகளின் பேற்று நோவையும்
மீன்களின் தியானத்தையும்
அடிவயிற்றில் நெருப்பையும் ஒளித்திருக்கிறது

அது
அனைத்தையும் புரட்டித் திருத்தும்
கொந்தளிப்புடன் அலைகிறது.

கடல்
எவ்வளவு ஆர்ப்பாட்டமாகக் கற்றுக்கொடுக்கிறது.

இந்தப் பாலைவெளியில்
என்ன செய்துகொண்டிருக்கிறாய் நீ?

மரணத்தைக் கற்றுக்கொள்ளும் நன்னாளுக்காகப்
புலனாகா நெடிய வரிசையில்
நெடுங்காலமாய்க் காத்துக்கொண்டிருக்கிறேன்.

○

இன்னொருமுறை சந்திக்க வரும்போது

16. திரு. ருவான் ரேனின் காதலி

பிரிவோ முறிவோ இல்லாமல்
உன்னுடன் காதலில் திளைக்க விழைகிறேன்
குன்றுகள் நொறுங்கித் தரிசானாலும் . . .
ஆறுகள் வறண்டு பரலானாலும் . . .

சீன யேஃபூ நாட்டார் பாடல்

லியான் ஹுவா : ஒரு கதாபாத்திரம்
லியான் ஹுவா : ஒரு விந்தைப்பெண்

பிற பெண்களிடமில்லாத விந்தையைத்
தனதாகக் கொண்டிருப்பதால்
லியான் ஹுவா பாத்திரமாகிறார்.
பிற பாத்திரங்களில் காணாத பெண்ணியல்பை
வரித்துக்கொண்டிருப்பதால்
லியான் ஹுவா விந்தையாகிறார்.

லியான் ஹுவா – ஓர் அற்புதம்
தன்னைப் போன்ற இன்னொரு அற்புதமாக
திரு. காங்க்மிங்க் ரேனைக் கண்டடைந்தார்

திரு. காங்க்மிங்க் ரேன்: ஒரு சுதந்திரம்
திரு. காங்க்மிங்க் ரேன்: ஒரு விசித்திரம்

பிறர்போல் இராத விசித்திரத்தை
அடையாளமாக்கியிருப்பதால்
திரு. காங்க்மிங்க் சுதந்திரராகிறார்.
பிற விசித்திரங்களிடமில்லாத சுதந்திரத்தை
உயிராகக் கொண்டிருப்பதால்
திரு. காங்க்மிங்க் விசித்திரராகிறார்.

இரு அற்புதங்களும்
ஒருவரையொருவர் கண்டுகொண்ட
அற்புதத் தருணத்தில்
இன்னொரு அற்புதம் இயல்பாக நிகழ்ந்தது.

லியான் ஹுவா
திருமதி. காங்க்மிங்க் ரேன் என்று அறியப்பட்டார்.

வருடங்கள் கழிந்தன

இரு அற்புதங்களும்
ஒருவரையொருவர் தனித்துக் கண்ட
அலுப்பான வேளையில்
ஒருவரை ஒருவர் விலகி நடந்தனர்.

லியான் ஹுவா இனிமேலும்
திருமதி. காங்க்மிங்க் ரேன் என்று
அறியப்பட விரும்பவில்லை. எனினும்
இணையர்களாகப் பிரிந்தாலும்
தோழர்களாகத் தொடர்ந்தனர்.

லியான் ஹுவா – ஓர் அற்புதம்
ருவான் ரேனை அவர் காதலித்தது
அற்புதத்தின் அற்புதம்.

லியான் ஹுவாவின் காதல்
ருவான் ரேனுக்குப் புரிந்ததைவிட அற்புதம்
காங்க்மிங்க் ரேனுக்கும் அது தெரியுமென்பது.
அதை விட அற்புதம்
காங்க்மிங்க் ரேன் ஒருநாள்
மனைவியின் காதலரைத்
தொலைபேசி வழியே அழைத்ததில் நிகழ்ந்தது.

'ஹலோ, ருவான் ரேன்,
லியான் ஹுவா இங்கே ஓயாமல் அழுகிறார்
கூந்தலைப் பிய்த்துக் கூப்பாடு போடுகிறார்
சுவரில் முட்டிக் கபாலம் பிளக்கிறார்.
நீங்கள் பேசினால் நிச்சயம் தணிவார்.'

கைநடுங்க ரிசீவரைப் பற்றிக்
காதலிக்கு ஆறுதல் சொல்லும்போது
கலங்கிய விழிகளால் ருவான் ரேன்
ஜன்னலுக்கு அப்பால்
மண்ணிலிருந்து விண்ணுக்கு
நட்சத்திரம் ஒன்று ஒளிபரப்பிப் போவதை
அண்ணாந்து பார்த்து ஆச்சரியம் அடைந்தார்.
அந்த விண்மனமீனுக்கு
காங்க்மிங்க் ரேன் என்று புதுப் பெயர் சூட்டினார்.

அன்பு பொதுவான அற்புதமென்பது
விந்தைதான், இல்லையா?

17. லியான் ஹுவாவின் காதலர்

திரு. காங்க்மிங்க் ரேன் பனிக்கால நள்ளிரவில் மரணமடைந்தார்
திரு. காங்க்மிங்க் ரேன் மனைவியின் இல்லத்தில் உயிர்துறந்தார்.
திரு. காங்க்மிங்க் ரேன் மணம் முறித்திருந்தார்.

திரு. காங்க்மிங்க் ரேனும் திருமதி லியான் ஹுவாவும்
தனித்தனியே வாழ்ந்தனர்
எனினும் இருவரும் நண்பர்களாக இருந்தனர்

திரு. காங்க்மிங்கின் மறைவை திருமதி. லியான் ஹுவா
தெரிவித்தார்.
திரு. காங்க்மிங்கை இறுதியாகப் பார்க்க எல்லாரும் வந்தனர்.

திருமதி. லியான் ஹுவா திரு. ருவான் ரேனுடன் காதலில்
இருந்தார்
திரு. ருவான் ரேனும் திருமதி லியான் ஹுவாவும்
22 ஆண்டுகளாகக் காதலித்துக் களித்திருந்தனர்
உயிருக்கு உடலாகவும் உடலுக்கு உயிராகவும் கலந்திருந்தனர்.

திரு. காங்க்மிங்க் ரேனுக்கு மரியாதை செலுத்தத்
திரு. ருவான் ரேன்
திருமதி. லியான் ஹுவாவின் இல்லத்துக்கு வந்தார்.

திருமதி. லியான் ஹுவா இல்லக் கூடத்தில் நீள்துயிலிலிருந்த
திரு. காங்க்மிங்க் ரேனைச் சுற்றமும் நட்பும் சூழ்ந்திருந்தனர்.
இறுதி மரியாதை செலுத்திய எல்லாரும்
திருமதி. லியான் ஹுவாவை இறுக அணைத்து ஆறுதல்
சொல்லினர்.

திருமதி.லியான் ஹுவாவால் காதலரைப் பார்க்கவோ தொடவோ
கட்டியணைத்துக் கண்ணீர் உகுக்கவோ முடியவில்லை.
திருமதி. லியான் ஹுவா அப்போது
திரு. காங்க்மிங்க் ரேனின் மனைவியாக இருந்தார்.

திருமதி. லியான் ஹுவா தன் காதலியல்ல என்று
அப்போது திரு.ருவான் ரேன் திடுக்குற்று உணர்ந்தார்.
திருமதி. லியான் ஹுவாவை உரிமையுடன் சேர்த்தணைத்து
ஆறுதல் சொல்ல இயலாது என்று
அப்போது திரு. ருவான் ரேன் பரிதவித்து அதிர்ந்தார்.

திருமதி. லியான் ஹுவாவுடன்
பேசிக்கழித்த நேரங்களும் தழுவிக் கரைந்த நிமிடங்களும்
குலவித் திரிந்த பொழுதுகளும் கூடிக்கிடந்த வேளைகளும்
திரு. ருவான் ரேனின் விழிகளில் கசிந்தன.

திரு. ருவான் ரேன் கூட்டத்தை விட்டு விலகி நின்றார்
உயிரை உதறிய உடலைப்போல ஒதுங்கிக் கொண்டார்

காதலியின் கணவர் மறைந்தால்
கைம்மைக்கு ஆளாவது காதலரே என்று
திரு. யுவான் ரே யாரும் காணாமல் தேம்பினார்.
தான் அந்நியமானதை எண்ணி வெதும்பினார்.
தான் மறைந்தால்
திருமதி. லியான் ஹுவாவும் அந்நியமாவாரே என்று
திரு. யுவான் ரேன் யாரும் அறியாமல் குமுறினார்.

வீடு திரும்பிய திரு. யுவான் ரேன்
விம்மிக்கொண்டு குளியலறைக்குள் புகுந்தார்.
தலைகீழ் நீருற்றின் அடியில் அம்மணமாய் நின்றார்.
22 ஆண்டுகளில் ஒரு நாளிலும் இல்லாதபடி
'அன்பே லியான் ஹுவா, அன்பே லியான் ஹுவா' என்று
குலுங்கிக்குலுங்கி அழுதுகொண்டிருந்தார்.

o

18. போலத்தான் இருக்கிறது; எனினும் . . .

நிலைகுத்தி நிற்கிறது பூமி – எனினும்
அச்சுத்தண்டில் ஓய்வின்றிச் சுழல்வதுபோல
முரலோசை கேட்கிறது.

நிச்சலனமாய்க் கிடக்கிறது ஊர் – எனினும்
கால்கள் நகர்வதுபோல அரவமும்
கைவழித்த வியர்வைபோல வாடையும்
சுற்றிலும் கவிகிறது.

ஸ்தம்பித்து விழிக்கிறது வீடு – எனினும்
அன்றாட அற்புதங்கள்போலச் சிரிப்பும்
அடங்காத ரகசியங்கள்போலக் கிசுகிசுப்பும்
காற்றில் அலைகிறது.

தன்னந்தனியாக நிற்கிறேன் நான் – எனினும்
நூறாயிரம் பேர்களை உரசுவதுபோலவும்
கோடானுகோடிப் பேர்களுடன் உசாவுவதுபோலவும்
காலம் கைகளைப்பற்றிக் குலுக்குகிறது.

○

19. அளவு

'மல்லீப்பூ மொளம் பத்து ருவா'

சிறுகையால் சரமளந்து
கொஞ்சம் கொசுறும் விட்டுக் காண்பித்த
பூக்காரக் குழந்தையிடம் சொன்னார்:
'இந்த முழத்துக்கா பத்து ரூபாய்?'

சரத்தை வாங்கி
நெடுங்கையால் துல்லியமாக அளந்து காட்டி
முறித்து வாங்கினார்.

நெடிய முழத்துக்கும் சின்ன முழத்துக்கும்
இடையிலான துண்டுச்சரத்தில்மட்டும்
மல்லிகைகள்
வாடியிருந்தன சோகம் தாளாமல்.

O

20. ராமநாதனின் சஹானா

ஒளி
இடறிஇடறி உரையாடும் அடர்வனம்
ஓசையற்ற ஒலியுடன் ஒசியும் பெருமரங்கள்
வானிலிருந்து
தடையற்று ஒழுகும் அமுத தாரை
அதல பாதாளத்தில் விழும் தாளக்கட்டுடன்
என்னைநோக்கி வருகிறது
ஒரு மாறுகண் யானை

அதன் செருமலில் எவரும் அறியாச் சுருதிகள்
அதன் பிளிறலில் யாரும் கேளாத சங்கதிகள்
அதன் மூச்சிரைப்பில் எவரும் நிரவாத ஸ்வரங்கள்
அதன் அசைவில் மந்தர சலனம்
அதன் நிமிர்வில் மத்திய சஞ்சாரம்
அதன் நடையில் ஆரம்பமும் முடிவுமில்லா ஆலாபனை

அது
என்னை நோக்கி வருகிறது
ஆயிரம் படைகளைப் புறமுதுகிடச் செய்த அன்பைப்போல
ஆயிரம் கடல்களைப் பருகிய அமைதிபோல
ஆயிரம் மலைகளை உலுக்கிய தவம்போல
அஞ்சி நின்ற என்னைத் துதிக்கையால் வளைத்து
அந்தரத்தில் உயர்த்தி முதுகின்மேல் அமர்த்துகிறது
ஆகாயத்தில் துழாவி
அளவில்லா மலர்கொய்து கைகளில் வைக்கிறது.

அடர்வனத்தின் எட்டுத் திசைகளிலும்
எதிரொளிக்கிறது அம்மலரின் தெவிட்டாத தேன்
எதிரொலிக்கிறது அம்மலரின் அகலாத நறுமணம்.

௦

21. நம்ப மாட்டீர்கள்

எங்கள் புழக்கடைக்கு அப்பால்

காலிமனையில் அயனிமரம் இருந்ததா,
மரத்தின் உச்சியில்
நிறைய கிளைகள் இருந்ததா,
கவைமேல் காக்கைக் கூடு இருந்ததா,
கூட்டில் நான்கு முட்டைகள் இருந்ததா,

ஆகாயத்தை உரசிக்கொண்டிருந்த அந்த மரத்தை
நேற்று
வேரோடு பெயர்த்தார்களா,

அப்போதிருந்து
இடமிருந்து வலமாகச் சுற்றிய பூமி
வலமிருந்து இடமாகச் சுழலத் தொடங்கியிருக்கிறது என்பதைச்
சொன்னால் நம்ப மாட்டீர்கள்.

०

22. எப்படி முடிவது?

எப்படி முடிவடைய விரும்புகிறாய்
என்று கேட்கப்படுகிறேன்.

அர்த்தத்திலிருந்து விலகிய சொல்போல
அல்லது
வாசனையைத் துறந்த மலர்போல
அல்லது
ருசியைப் பிரிந்த உண்பண்டம்போல
அல்லது
தண்மை நீங்கிய நீர்போல அல்ல

நடிகன் இல்லாத நடிப்பும்
நர்த்தகி இல்லாத நடனமும்போல...

O

23. ஏழாவது முத்திரை

அவர் ஏழாவது முத்திரையை உடைத்தபொழுது விண்ணகத்தில் ஏறத்தாழ அரைமணி நேரம் அமைதி நிலவியது.

திருவெளிப்பாடு 8:1

*தனித்திருக்கும்போதும் என்னுடன்
யாரோ
இருந்துகொண்டே
இருக்கிறார்கள்*

*யோசனைகளில்லாத உறக்க வேளையிலும்
இன்னொரு சிந்தனை குருதிக்குள் சலசலக்கிறது*

*தனிக்களிப்பில் முனகும்போது
இன்னொரு குரல் விடுபட்ட வரிகளை
சுருதி பிசகாமல் பாடி முழுமையாக்குகிறது*

*ஒற்றையிலிருந்து புலம்பும்போது
இன்னொரு துக்கமும் உடன் குலுங்கி விம்முகிறது*

*இருட்டில் எச்சரிக்கையாக நடமாடும்போதும்
இன்னொரு நிழல் என்மேல் மோதுகிறது*

*தன்னந்தனியே நடக்கும்போதும்
இன்னொரு கால் அரவம் என்னைப் பின்தொடர்கிறது*

*நான் மட்டுமாக எடுத்துக்கொள்ளும் செல்ஃபியில்
இன்னொரு உருவமும் தெரிகிறது.*

*கொஞ்சம் உற்றுப் பார்த்துச் சொல்லுங்களேன்
அது
மாக்ஸ் ஃபான் சிடோவா*
பெங்க்ட் எகெராட்டா?*

○

---

* இங்க்மார் பெர்க்மனின் ‘செவன்த் சீல்’ படத்தில் மரணமும் (பெங்க்ட் எகெராட்) மனிதனும் (மாக்ஸ் ஃபான் சிடோ) சதுரங்கம் விளையாடும் காட்சி.

24. அற்புத உலகம்

மடியில்வைத்துப் புரட்டிக்கொண்டிருந்த பூமி
கைநழுவி உருண்டு
பிடிக்க அடங்காமல் ஓடியது.

கோள்களைக் குறுக்கே அனுப்பி
ஓட்டத்தை நிறுத்தப் பார்த்தேன்
எனினும் உருண்டை
நில்லாமல் விரைந்தது.

உடுக்களை உந்தித் தள்ளி மறித்தும்
விண்கற்களை முட்டுக் கொடுத்தும்
ஏவுகணைகளை எறிந்தும்
நில்லாத பூமியை...

அதோ அந்தக் குட்டித் தோழி
அதோ அந்தக் குட்டித் தோழனுக்கு
யாரும் பாராமல்
காற்றில் பறக்கவிட்ட முத்தத்தால்
எப்படித் தடுத்து நிறுத்த முடிந்தது?

○

சுகுமாரன்

25. அந்திமம்

கடைசியாக நடந்து தீர்த்த வழியைவிடவும்
காட்சிக்கு இதமான நெடும்பாதை

கடைசியாக நனைந்து சிலிர்த்த சாரலைவிடவும்
ஆர்ப்பரித்துப் பெய்யும் பெருமழை

கடைசியாகப் புகல்தேடிய மரத்தின் நிழலைவிடவும்
கிளைபடர்த்தும் குளிர்க் கருணை

கடைசியாகப் பருகிய ஆலகாலத்தைவிடவும்
அமுதமான பானம்

கடைசியாகச் செத்ததைக்காட்டிலும்
பேரமைதியான சாவு.

26. இன்னொருமுறை சந்திக்க வரும்போது

இன்னொருமுறை சந்திக்க வரும்போது
உனக்காக
ஒரு துண்டு பூமியைக் கொண்டு வருவேன்.
திரும்பும்போது
துகள்களின் பெருமூச்சை எடுத்துச் செல்வேன்.

இன்னொருமுறை சந்திக்க வரும்போது
உனக்காகக்
கையளவு சமுத்திரத்தை முகந்து வருவேன்.
விடைபெறும்போது
அலைகளின் நடனத்தைக் கொண்டுபோவேன்

இன்னொருமுறை சந்திக்க வரும்போது
உனக்காக
ஒருபிடிக் காற்றைப் பிடித்து வருவேன்
படியிறங்கும்போது
உயிரின் துடிப்புகளைக் கணக்கிட்டு நடப்பேன்.

இன்னொருமுறை சந்திக்க வரும்போது
உனக்காக
ஆகாயத்தை விண்டு எடுத்து வருவேன்
பிரியும்போது
விண்மீன்களின் முணுமுணுப்பைக் கேட்டுச் செல்வேன்.

இன்னொருமுறை சந்திக்க வரும்போது
உனக்காக
அணையாத் தணலைப் பொத்தி வருவேன்
எதுவும் மிஞ்சாத
அக்கினித் தூய்மையாகத் திரும்புவேன்.

○

27. விண்ணில் தெரியுது பூமி

மழைக்கு முன்
கூரைமறைப்பில் ஒதுங்கினேன்
உல்லாச நீர்க்குறும்பியாக
ஓடிவந்து ஒண்டினாள் குட்டி மிடுமிடுக்கி.

கூரைக்கு வெளியில் எட்டிப் பார்த்துச் சொன்னாள்
'வானமும் பூமியும் சண்டை போடுது'.

நானும் அண்ணாந்து பார்த்தேன்
அட, ஆமாம்
ஆனால் விண்ணுக்கும் மண்ணுக்கும்
என்ன பகை
என்றுமுதல் விரோதம் என்ற கேள்விகளுடன்.

28. அணியில் திகழ்வது

வெட்சிப் பந்தின் தனிமலர் மீது
கால்பாவாமல் அந்தர மிதப்பாகப்
பட்டுப்பூச்சி தேனுண்ணும் காட்சி
எதற்கு உவமையாகும்?

முன்விளையாட்டில்
இணையின் இதழ்ச்சுரப்பை
ஒற்றி உறிஞ்சும் மென்மைக்கு

அல்லது
அபூர்வக் கூடலின் அற்புத வேளைக்கும்.

௦

சுகுமாரன்

29. ஆன்ம விசாரம் – 2

சீடன் கேட்டான்:
 'ஆசானுக்கும் மாணவனுக்கும்
 தகுதிகள் என்ன குருவே?'

ஆய கலைகள் அனைத்தும் தேர்ந்த குரு
அவசரமாகச் சொன்னார்:
 'நரைத்த மண்டையிலிருந்து
 கருத்த முடியைப் பறிப்பவன் ஆசான்
 கருத்த தலையிலிருந்து
 வெளுத்த முடியைப் பிடுங்குபவன் சீடன்'

O

30. திரிபு

பழகப் பழகச்
சொற்களும்
புளிக்கத்தான் செய்கின்றன.

முன்பு வெகு முன்பு
அவற்றுக்கு
அப்போதுதான் கறந்ததன்
வெதுவெதுப்பும் கவிச்சையும் இனிமையும் இருந்தன.

அப்புறம் மிக அப்புறம்
அவற்றில்
விரல்பொறுக்கும் கொதிப்பும் மொடமொடப்பு மணமும்
ருசியும் இருந்தன

பிறகு அதன் பிறகு
அவை
கொள்கலத்தின் தகிப்பும் முறுகிய வாடையும்
கரிப்பும் கொண்டன

மேலும் மேலுக்கு மேலும்
சூடேறிய சொற்களிடையே
அவச் சொல் விழுந்து
நீரும் விழுதுமாயின
முக்கு நெடி வீசின
சுவைத்தால் துவர்த்தன

பழகிப் பழகிப் புளிக்கச்
சொற்களுக்குத் தேவைப்படுவது
சில வேளைகளில் நொடிகள்
சில வேளைகளில் ஆண்டுகள்.

௦

31. மழை வெளியில்

கைநழுவிய பால்பாக்கெட் கிழிந்து
ஓடுவதைப் பார்த்துத்
திகைத்து நிற்கிறாள் குட்டிப் பெண்
நெருங்கி
புதிய பாக்கெட்டைக் கையில் திணித்து
சிக்குக் கேசத்தைக் கோதிவிட்டு
நகர்கிறாள் ஒரு மகராசி

இழுத்து மூட முயன்றும்
இயலாமல் நனையும் மார்பை
தாபத்துடன் அழுத்திக் காற்றைப் பிசைந்து
பைக்கில் தப்பிப் பறக்கிறான் ஒரு பயந்தாங்குளிக் காதலன்

அண்ணாந்து வாய்திறந்து அமிழ்தம் முழுவதும்
அருந்திய திளைப்பில்
கைகள் துழாவக் கால்கள் துள்ள
ஆனந்த நடனம் ஆடுகிறான் ஒரு பிச்சாண்டி

இவர்களில்
யாராவதென்று முடிவெடுக்கும்வரை
பெய்யெனப் பெய்க மழையே.

o

32. உன்னதப் பாட்டு

என் ஆத்தும நேசரே,
நரகத்துக்கான வழி
நீர் பயப்படுத்தியதுபோல
அத்தனை ஆபத்தானதல்ல.

முதல்முறை மரித்தபோது
நரகத்துக்கு அழைத்துச் செல்லப்பட்டேன்.

செம்பவளக் கற்கள் பதித்த
நடைவழியின் இரு மருங்கிலும்
விளக்குகள் பிரகாசித்தன.

எனினும் பிரியமானவரே,
வழிமுடிவின் ஆகாயம்
ஜீவிதம்போல் இருண்டிருந்தது.

என் ஜீவன் நேசரே,
சுவர்க்கத்துக்கான பாதை
நீர் வாக்களித்ததுபோல
அத்தனை சுலபமானதல்ல.

சுகுமாரன்

இரண்டாம் முறை மரணமடைந்தபோது
சுவர்க்கத்துக்குக் கூட்டிப் போகப்பட்டேன்
வெண்பரல்கள் பாவிய
இடுக்குச் சந்தின் இருபுறமும்
நிழல்கள் பதுங்கியிருந்தன.

ஆனால்
வாஞ்சையுள்ளவரே,
இடைவழியின் முடிவு
மரணம்போலத் துலக்கமாயிருந்தது.

ஆகவே
மீட்பை யாசிக்கும் பாக்கியவான்களே
வாருங்கள்
பவளம்பாவாத பரல்பதியாத வழியைச் சமைப்போமாக.
அதன் சந்தியில் அரியணையிட்டு
பிதாவை அமரவைத்து
இடது பாரிசத்தில் நம்மையும்
வலது பாரிசத்தில் லூசிஃபரையும்
நிறுத்துவோமாக.

௦

இன்னொருமுறை சந்திக்க வரும்போது

33. Querdio senor Neruda*

கெரிதோ சென்யோர் நெரூதா,
மனிதனாக இருப்பதில்
களைத்துப் போகிறேன் நானும்
எனினும்
வேறு எப்படி இருக்க?

அநேக துரதிர்ஷ்டங்களின்
வாரிசாகத் தொடர
விருப்பமில்லை எனக்கும்
எனினும்
வேறு எப்படித் தொடர?

சென்யோர் நெரூதா
மண்புழுவாக மாறிப் பார்த்தேன்
இரண்டாக முறிக்கப்பட்டாலும்
ஒன்றையொன்று பகைக்கும்
இரட்டை ஜீவிதமே வாய்த்தது.

உங்களுக்கு அருமையான
சூரைமீனாக உருவெடுத்தேன்
கடலில் அலைதிரளாத புள்ளியில்
அடையாளம் வைத்துத் துள்ளி
மரணத்துடன் விளையாடினேன்.

கடல் ஆமையாக
நெடுந்தூரம் நடந்து
காலத்தையும் பூமியையும்
பார்த்துப் பார்த்து அலுத்து
தனிமையில் உறைந்த பாறைகளுக்கு இடையில்
நீண்ட நாள் உறங்கினேன்.

---

* அன்புள்ள திரு. நெரூதா

சிறகளவு ஆகாயத்துடன்
காதங்கள் கடந்தும்
விரியவில்லையே என்று வருந்தி
பூமிமேல் நழுவவிட்டேன்.

செனோர் நெரூதா
மண்ணுக்குள்
தலைகீழாக ஊன்றப்பட்ட விதைபோல
மூச்சு முட்டுகிறது எனக்கு.
நானும் மனிதனாக இருப்பதில்
களைத்துப் போயிருக்கிறேன்.

நான் வெறுக்கும் வீட்டுக் கதவுகளுக்கு முன்னால்
காலிக் கோப்பையில் மறந்துபோட்ட
சொற்களுக்கு அருகில் உட்கார்ந்து
தேம்பியழுகிறோம் நீங்களும் நானும்.

ஒரு நொடி பொறுங்கள் நெரூதா,
இந்த நிரந்தரக் கணத்தில்
'துரதிர்ஷ்டக்கார மனிதனே' என்று அழைத்தது
என்னை நீங்களா
உங்களை நானா?

O

இன்னொருமுறை சந்திக்க வரும்போது

34. நீங்காத எண்கள்

கைப்பேசியில்
இன்னும் இருக்கின்றன
நீக்காமல் விட்ட சில எண்கள்

அசோகமித்திரன்
ஆ. மாதவன்
ஆற்றூர் ரவிவர்மா
மங்களேஷ் டப்ரால்
ராக்வெல் ஜோதோரோவ்ஸ்கி
ஹெர்மா சாண்டர்ஸ் ப்ராம்ஸ்*
இன்னும் சிலர்
இறந்தும் உயிர் கெடாமலிருக்கிறார்கள்
ஆனால்
அவர்களுடைய எண்கள்
எப்போதும்
தொடர்பு எல்லைக்கு அப்பாலேயே இருக்கின்றன

விரல் பிசகி
அவற்றில் ஒன்றை அழுத்தினேன்
எண் ஒளிர்ந்து ஒலித்ததும்
ஒரு நொடி தயங்கிக் காது கொடுத்தேன்
'நீங்கள் தொடர்புகொள்ளும் நபர்
வேறு ஒருவருடன் உரையாடிக் கொண்டிருக்கிறார்
நீங்கள் காத்திருக்கலாம்
அல்லது
பின்னர் அழைக்கலாம்'

---

* ஆற்றூர் ரவிவர்மா (மலையாளம்), மங்களேஷ் டப்ரால் (இந்தி) ராக்வெல் ஜோதோராவ்ஸ்கி (ஸ்பானிஷ்) மூவரும் கவிஞர்கள். ஹெல்மா சாண்டர்ஸ் ஃப்ராம்ஸ் ஜெர்மனிய திரைப்பட இயக்குநர்

இல்லாதவர்கள் எப்படி
இருப்பவருடன் பேசுவார்கள்?
என்னதான் பேசுவார்கள்?
எந்த மொழியில் உரையாடுவார்கள்?

கேள்விகள் தவிர்த்துக்
கைப்பேசியைத் தாழ்த்தியபோது
தவறவிட்ட அழைப்பைக்
குறுந்திரை காட்டியது.

பெயரில்லாமல் துலங்கிய எண்ணை
விரல் நீட்டித் தொட்டேன்.
முடிவற்ற வெளியிலிருந்த குரலிடம் கேட்டேன்.
'யார் பேசுகிறீர்கள்?'

'ஒரே நாக்கால் நான் பல மொழிகளைப் பேசுகிறேன்
உறைப்பும் இனிப்பும் புளிப்பும்
மாற்றிமாற்றிப் பரிமாறும்
ஒரு ஓட்டல் தட்டுப்போல' என்ற
பதிலைக் கேட்டதும் திடுக்கிட்டுச் சொன்னேன்
'ரவிவர்மா...
ஆற்றூர் ரவிவர்மா'

திக்கிச் சிரித்த மறுமுனை
இன்னொரு அழைப்புக் குறுக்கிட மௌனமானது
நடுக்கம் மாறாமல் திரையைப் பார்த்தேன்.
தெரிந்த எண்தான்.
தெரிந்த பெயர்தான்
அது
என்னுடைய எண்தான்.

ஆக
இறத்தல் என்றால் இல்லாமல் போவதல்ல
எண்ணாக மாறுவது.

அடுத்த அழைப்பு
எந்த எண்ணிலிருந்து வரக் கூடும்?
மங்களேஷ் டப்ராலா, ஜோதோராவ்ஸ்கியா?

○

35. நீர்ப்படூஉம்...

சற்று முன்புவரை
எப்படி மனிதர்களை நேசிப்பது என்று
கற்றுக்கொண்டிருந்தேன்

இன்றுமுதல்
எப்படி அவர்களை வெறுக்காமலிருப்பது என்று
பயிலத் தொடங்கியிருக்கிறேன்

இதற்கிடையில்
இரு கரைகளுக்கும் நடுவே
பலமுறை பெருக்கெடுத்து விட்டது பேராறு

ஒருமுறை
உதிரச் சிவப்பு வெள்ளத்தில்
பொற்கொன்றை மிதந்துபோனது
மறுமுறை
படிகத் தெளிநீரில்
அறுபட்ட தலைகள் உருண்டு ஓடின.

ဝ

36. காலவெளி

இடம் வலமாக வட்டஞ்சுற்றி
அலுப்புற்ற
சின்ன முள்ளும் பெரிய முள்ளும்
வலமிருந்து இடமாகச் சுழலத் தொடங்கின.

மேல் கீழாகச் சொட்டியொழுகி
சலித்துப்போன
கடிகை மணல் துளிகள்
கீழிருந்து மேல்நோக்கி எவ்வ ஆரம்பித்தன

நிலம் பெயர்ந்த திகைப்பில்
கைபிசைந்து நிற்கிறது
காலம்.

o

37. எஞ்சிய கணம்

அரையிருள் பின்னணி
முன்னால் நிற்கிறாய் நீ
கோத்திருக்கும் இரு கைகள்மீது
அலைகிறது சாளரம் தாண்டிவந்த
நிலவின் முத்துச் சுடர்.
இரண்டு உள்ளங்கைகளாலும் நீ
கனிவுடன் ஏந்தியதுபோலச் சுடர்கிறது

எத்தனை பழைமையான காட்சி

நாட்களின் இருட்டைக் கடந்து
நான் வந்து சேர்வதற்குள்
காட்சி புராதனமாகி விட்டதுபோல

நமக்கிடையில் அடர்ந்திருந்த
இருட்டை வகிர்ந்து ஒதுக்கி
ஒருவரையொருவர் நெருங்கினோம்

உன்னை நானும் என்னை நீயும்
இழந்திருந்த தருணங்களைத் துக்கித்து உறைந்தோம்

அப்போது
முனகிக்கொண்டிருந்தது இருள்
இடுங்கிச் சிறுத்தது இடம்
அலைந்து தவித்தது காற்று

உறைநிலை கலைந்து நீண்ட நொடியில்
உன்னில் நானும் என்னில் நீயும்
தன்னிச்சையாகக் கரைந்தோம்

அப்போது
முத்துச்சுடர் விம்மி விம்மிப் பெருகி
ஜொலிஜொலித்தது இடம்
அசையாமல் நகர்ந்தது காலம்

நம்மை மறந்து நாமல்லாமல் ஆகும்
ஒரு பரவசக் கணம் நமக்குள்
உயிர்ப்புடன்தான் இருக்கிறது எப்போதும்.

○

38. இன்று பெய்யும் மழை

நானேதான் முன்பு சொன்னேன்
எங்கே பெய்தாலும் ஒன்றுபோலிருக்கும் மழை

அதற்குப் பிறகு
நூறு நூறு மழைகள்
பெய்து தீர்ந்தன.

அப்புறம்தான் தெரிந்தது
நூறு நூறு மழைக்கு
ஆயிரமாயிரம் ஓசைகள்

குளத்தில் பெய்த மழைக்கு
வழிதவறிய சிறுமியின்
விசும்பல்

நதியில் பெய்த மழைக்கு
துணைக்கு ஏங்கும் பெண்ணின்
பெருமூச்சு

கடலில் பெய்த மழைக்கு
வஞ்சிக்கப்பட்ட காதலியின்
கொந்தளிப்பு

பாலையில் விழுந்த மழைக்கு
கைவிடப்பட்ட தாயின்
சாபப் பொறுமை

இப்போதும் பெய்து கொண்டிருக்கும் மழை
தெரியாத மொழியின் சொற்களை
நிறுத்தாமல் என்மீது கொட்டிக்கொண்டிருக்கிறது.

நீங்கள் சொல்கிறீர்கள்
உலகின்
முதல் மழையில் நனைந்துகொண்டிருக்கிறேன் என்று

தெரியாதா எனக்கு
பூமியின்
கடைசி மழையில் மூழ்கிக்கொண்டிருக்கிறேன் என்று.

○

39. நேர்காணல்

நேர்காண்பவரிடம் கணவர் சொன்னார்
'முப்பது ஆண்டுகள்
இவளுடன் வாழ்ந்திருக்கிறேன்
காலம் இத்தனை போனதே தெரியவில்லை
என் கணக்கில்
ஓர் ஆண்டு என்பது ஒரு நாள்'

நேர்காண்பவரிடம் மனைவி சொன்னாள்
'முப்பது ஆண்டுகள்
இவருடன் பிழைத்திருக்கிறேன்
காலம் இத்தனை கடந்ததே தெரியவில்லை
என் கணக்கில்
ஒரு நாள் என்பது ஓர் ஆண்டு'

நேர்கண்டவர் கணக்கிட்டுக் கொண்டிருக்கிறார்
'ஓர் ஆண்டுக்கு 365 நாள்களா?
ஒரு நாளுக்கு 365 ஆண்டுகளா?

௦

40. வீடு பேறு

தாவரங்களில் சில
எந்த மண்ணிலும் வேர்பிடிக்கின்றன

மீன்களில் சில
எந்த நீரிலும் நீந்தித் திளைக்கின்றன

பறவைகளில் சில
எந்த மரத்திலும் கூடடைகின்றன

மனிதர்களில் சிலர்
எந்த வீட்டிலும் ஒளியாக நிரம்புகிறார்கள்

நானோ
வேர்ப்பற்றில்லாத தாவரம்
நீர்ப்பற்றில்லாத மீன்
மரப்பற்றில்லாத பறவை

எனினும்
வீட்டை நிறைக்கும் வெளிச்சம்.

41. திரை

அளவில்லாத மலரை
அந்தரத்தில் தீட்டிக்கொண்டிருந்தார் குரு
பார்த்துக்கொண்டிருந்தான் சீடன்

கடந்து போய்க்கொண்டிருந்தது
காலம்
நிதானித்து நகர்ந்தன
பருவங்கள்

கோட்டுருவம் முடியும்போது
வசந்தம் வந்துபோனது

இலைகள் துளிர்த்ததும்
கோடை அகன்றது

காம்பு திடமானதும்
கார்காலம் ஓய்ந்தது

முகையரும்பியதும்
கூதிர்காலம் கலைந்தது

காத்திருந்து அலுத்த
சீடன் கேட்டான்:
'எப்போது முடிப்பீர்கள் குருவே?'

சுகுமாரன்

மலர் வண்ணத்தைத்
தூரிகையில் தோய்த்துக்கொண்டே சொன்னார் குரு:
'இதழ்களைத் தீட்டியதும் என் பணி முடியும்
தேன் சுரந்ததும் மலரின் வாழ்வு தொடங்கும்'

'திரைச் சீலைப் பூவுக்கு
எப்படி வாழ்வு வரும்?'
என்றான் சீடன்

'இப்படித்தான்' என்று
அளவில்லாமல் கைகளை விரித்தார் குரு

அப்போது
வசந்தம் மீண்டும் வந்தது
அப்போது
அந்தரத் திரையை மொய்த்துக்கொண்டிருந்தன
ஓராயிரம் தேனீக்கள்.

௦

இன்னொருமுறை சந்திக்க வரும்போது

42. மனைமாட்சி

எந்த வீடும்
எனக்குப் போதுமானதாக இல்லை

எந்த வீட்டுக்கும்
நானும் பொருத்தமானவனாக இல்லை

எந்தப் பெரிய வீடும்
வசித்து வசித்து
நாளடைவில்
சின்னதாகக் குறுகி விடுகிறது

எவ்வளவு சின்ன வீட்டில்
குடியிருந்தாலும்
காலப்போக்கில்
பெரிதாக வளர்ந்து விடுகிறேன்

எந்த வீட்டுக்குள்ளும்
நான் பொருந்துவதில்லை

பழைய வீடுகள்
நீரில் நனைத்த சட்டைகள்போலச்
சுருங்கி விடுகின்றன

புதிய வீடுகளில்
அளவு பெரிதான சட்டைக்குள்போலத்
தொளதொளக்கிறேன்

நத்தைக்கும் ஆமைக்கும்
வீடு பாதுகாப்பு
மனசஞ்சாரிக்கும்
மனப்பிணியாளனுக்கும்
அது
மலையளவு பாரம்

○

சுகுமாரன்

43. முந்தைப் பழவினை

ஆற்றிலிருந்து
ஒரு செம்பு நீரை மொள்ளுகிறேன்
கடல் பரப்பில்
ஒரு கை மணலை அள்ளுகிறேன்
மலையிலிருந்து
ஒரு துண்டுப் பாறையைக் கெல்லுகிறேன்
வனத்தில்
ஒரு மரக்கிளையைத் தறிக்கிறேன்
நிலத்திலிருந்து
ஒரு கூடை மண்ணை அகழ்கிறேன்

அப்போதெல்லாம்
அநாதி காலத்துக்கு அப்பாலிருந்து
வீறிட்டெழுகிறது பெரும் விசும்பல்

அவ்வாறெனில்
நதியும் கடலும் மலையும் மரமும் மண்ணும்
இன்றையவையா
நேற்றையவையா?

இவையெல்லாம்
என்றையவையாக இருந்தன
முன்னைப் பழைமைக்கும்
மூத்த காலத்துக்கும் முன்பு?

౦

44. நர்த்தகி

நர்த்தகி ஆடும்போது
பதமாகிறாள்

ஆவியும் அங்கமுமென்றோ
வடிவமும் பொருளுமென்றோ
பகுக்க முடியாத பதமாகிறாள்

நடனமும் நர்த்தகியும்
பகாப் பதங்கள்
எனவே
ஆடும் பொழுதில் சொல்லாகிறாள்

அத்தினபுரத்து ராஜபாட்டைகளில்
அம்பை அலைகிறாள்
அவல அழுகையாக விம்முகிறது சொல்
அப்போது
தன்னையே மாய்த்துக்கொண்டு
சிகண்டியாகக் கொந்தளிக்கிறது

ஆணோ பெண்ணோ அல்லாமல்
உயிர்மட்டுமாகிறாள் நர்த்தகி
மழலைத் தெருக்களில்
ஓடிவிளையாடும் பாப்பாக்களுடன்
பின்னிய சடை நெளியக் கூடியாடுகிறது
பிறகு
பாதகத்தைக் கண்டதும் சினந்து
காலுயர்த்தி நிமிர்கிறது

வெகுளியோ முதிர்வோ அல்லாமல்
பருவம் துறக்கிறாள் நர்த்தகி

பனிமலைச் சிகரத்தில்
ராவணன் வீணை மிழற்றுகிறான்
நாதமாய் முரல்கிறது சொல்
அப்போது
மகுடம் கழற்றிய பத்துத் தலைகளிலும் சிகைகோதி
ஆர்ப்பரித்துச் சிரிக்கிறது

மானிடனோ அசுரனோ அல்லாமல்
பேதம் விலக்குகிறாள் நர்த்தகி

பொன்மணித் தொட்டிலில்
கண்ணுறங்கா நீலப் பிள்ளையை
ஜோஜோ என்று தாலாட்டுகிறது சொல்
பிறகு
தாய்முலைகள் சிலிர்த்துச் சுரக்க
மயங்குகிறது

மகவோ தாயோ அல்லாமல்
கருணை மட்டுமாகக் கனிகிறாள் நர்த்தகி

நர்த்தகியில்லாமல் நடனமோ
நடனமில்லாமல் நர்த்தகியோ உண்டா?

ஆடும்போது புரிகிறது
நடனமும் நர்த்தகியும் பகாப் பதங்கள்.

(நாட்டியக் கலைஞர் ராஜஸ்ரீ வாரியருக்கு)

45. மலையேற்றம்

மலையேறிக்கொண்டிருந்தோம்
நானும் சிறுவனும்

நான் நின்ற படிக்கு
ஒரு படிக்குக் கீழ்ப்படியில் சிறுவன் நின்றிருந்தான்
கை பிடித்து
'பார்த்து மெதுவாக ஜாக்கிரதை' என்று
மேலேற்றிக்கொண்டிருந்தேன்.

மலையிறங்கிக்கொண்டிருக்கிறோம்
சிறுவனும் நானும்

அவன் நிற்கும் படிக்கு
ஒரு படிக்கு மேற்படியில் நின்றிருந்தேன்.
கை பற்றி
'பார்த்து மெதுவா ஜாக்கிரதை' என்று
கீழிறக்கிக்கொண்டிருக்கிறான்.

அதே மலை
அதே படிக்கட்டுகள்
அதே சொற்கள்
ஆனால் . . .

○

சுகுமாரன்

46. போதுமென்ற . . .

பறவைக்குச்
சிறகளவு வானம் போதும்
பறவைச் சிறகு
ஆகாசமளவு விரிவானது

மீனுக்குத்
துடுப்பளவுக் கடல் போதும்
மீன் துடுப்பு
கடலளவு நீளமானது

மரத்துக்கு
விதையளவு மண்போதும்
மரத்தின் விதை
மண்ணளவு ஆழமானது

பாதத்தின் அளவு
நிலம் போதும் எனக்கு
ஆனால் என் பாதம்
நிலமளவு பரந்தது.